Kamusi ya Kwanza ya Picha
Wanyama

First Picture Dictionary
Animals

Nguruwe
Pig

Kipepeo
Butterfly

Mbweha
Fox

Sungura
Rabbit

Imechorwa na Anna Ivanir

www.kidkiddos.com
Copyright ©2025 by KidKiddos Books Ltd.
support@kidkiddos.com

All rights reserved. No part of this book may be reproduced in any form or by any electronic or mechanical means, including information storage and retrieval systems, without written permission from the publisher, except in the case of a reviewer, who may quote brief passages embodied in critical articles or in a review.
First edition, 2025

Library and Archives Canada Cataloguing in Publication
First Picture Dictionary – Animals (Swahili English Bilingual edition)
ISBN: 978-1-83416-762-6 paperback
ISBN: 978-1-83416-763-3 hardcover
ISBN: 978-1-83416-761-9 eBook

Wanyama wa Pori
Wild Animals

Simba
Lion

Chui
Tiger

Twiga
Giraffe

♦ *Twiga ni mnyama mrefu zaidi duniani.*
♦ A giraffe is the tallest animal on land.

Tembo
Elephant

Tumbili
Monkey

Dubu
Bear

Kangarú
Kangaroo

Mamba
Crocodile

Ngamia
Camel

Punda milia
Zebra

Wanyama wa Pori
Wild Animals

Kiboko
Hippopotamus

Panda
Panda

Mbweha
Fox

Kifaru
Rhino

Paala
Deer

Moose
Moose

Mbwa mwitu
Wolf

✦ *Moose ni mwogeleaji mzuri sana na anaweza kuzama chini ya maji kula mimea!*

✦ A moose is a great swimmer and can dive underwater to eat plants!

Kindi
Squirrel

Koala
Koala

✦ *Kindi huficha karanga kwa ajili ya majira ya baridi, lakini wakati mwingine husahau mahali alipoweka!*

✦ A squirrel hides nuts for winter, but sometimes forgets where it put them!

Sokwe
Gorilla

Wanyama wa Kufugwa
Pets

Ndege kasuku mdogo
Canary

Nguruwe wa Guinea
Guinea Pig

✦ *Chura anaweza kupumua kupitia ngozi yake na pia mapafu yake!*
✦ *A frog can breathe through its skin as well as its lungs!*

Chura
Frog

Hamster
Hamster

Samaki wa dhahabu
Goldfish

Mbwa
Dog

◆ *Baadhi ya kasuku wanaweza kuiga maneno na hata kucheka kama binadamu!*

◆ Some parrots can copy words and even laugh like a human!

Paka
Cat

Kasuku
Parrot

Dagaa
Badger

Nungu
Porcupine

Groundhog
Groundhog

◆ *Mjusi anaweza kutoa mkia mpya ikiwa ameupoteza!*
◆ A lizard can grow a new tail if it loses one!

Mjusi
Lizard

Chungu
Ant

Paka wa Pori
Wild Cats

Puma
Puma

Simba
Lion

Duma
Cheetah

Lynx
Lynx

✦ *Duma ni mnyama mwenye kasi zaidi duniani.*
✦ A cheetah is the fastest animal on land.

Panther
Panther

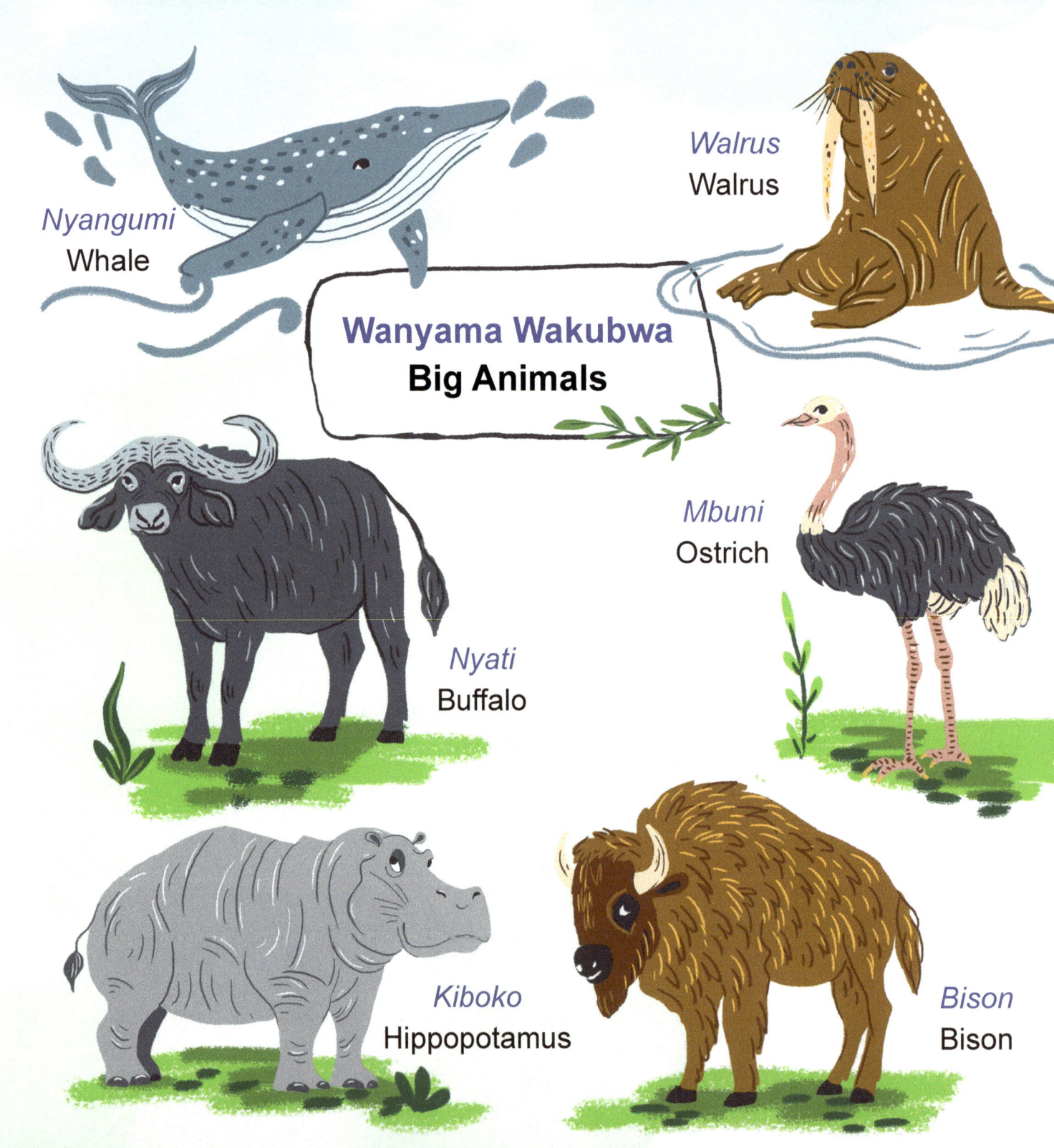

Wanyama Wadogo
Small Animals

Kinyonga
Chameleon

Buibui
Spider

✦ *Mbuni ni ndege mkubwa zaidi, lakini hawezi kuruka!*

✦ An ostrich is the biggest bird, but it cannot fly!

Nyuki
Bee

✦ *Konokono hubeba nyumba yake mgongoni na hutembea polepole sana.*

✦ A snail carries its home on its back and moves very slowly.

Konokono
Snail

Panya
Mouse

Wanyama Watulivu
Quiet Animals

Panzi
Ladybug

Kobe
Turtle

✦ *Kobe anaweza kuishi nchi kavu na majini.*
✦ *A turtle can live both on land and in water.*

Samaki
Fish

Mjusi
Lizard

Wanyama wa Usiku
Nighttime Animals

Kimulimuli
Firefly

Dagaa
Badger

Ndege Kiwi
Kiwi Bird

Chui
Leopard

Hedgehog
Hedgehog

Bundi
Owl

Popo
Bat

✦*Bundi huwinda usiku na hutumia usikivu wake kutafuta chakula!*

✦An owl hunts at night and uses its hearing to find food!

✦*Kimulimuli huangaza usiku kutafuta vimulimuli wengine.*

✦A firefly glows at night to find other fireflies.

Raccoon
Raccoon

Tarantula
Tarantula

Wanyama Wenye Rangi
Colorful Animals

Flamingo ana rangi ya pinki
A flamingo is pink

Bundi ana rangi ya kahawia
An owl is brown

Ndege swan ana rangi nyeupe
A swan is white

Pweza ana rangi ya zambarau
An octopus is purple

Chura ana rangi ya kijani
A frog is green

✦ *Chura ana rangi ya kijani, hivyo anaweza kujificha kati ya majani.*
✦ *A frog is green, so it can hide among the leaves.*

Wanyama na Watoto Wao
Animals and Their Babies

Ng'ombe na ndama
Cow and Calf

Paka na kitoto cha paka
Cat and Kitten

Kuku na kifaranga
Chicken and Chick

✦*Kifaranga huzungumza na mama yake hata kabla ya kutotolewa.*
✦ A chick talks to its mother even before it hatches.

Mbwa na mtoto wa mbwa
Dog and Puppy

www.ingramcontent.com/pod-product-compliance
Lightning Source LLC
LaVergne TN
LVHW072103060526
838200LV00061B/4798